સંખ્યાની વાર્તા

THE NUMBER STORY

SMALL BOOK ONE

ENGLISH - GUJARATI

*Numbers Teach Children
Their Number Names*

written and illustrated by

MISS ANNA

Early Reader Edition of *The Number Story 1*
Bronze Medal Winner, 2016 Wishing Shelf Book Award

LUMPY PUBLISHING

Library of Congress Control Number: 2018902040

Names: Miss Anna, author.
Title: Number story : numbers teach children their number names / Miss Anna.
Description: Portland, OR: Lumpy Publishing, 2018.
Identifiers: ISBN 978-1-945977-86-2| LCCN 2018902040
Summary: The pictures and rhymes present stories which introduce numbers 0-10.
Subjects: LCSH Numeration—English--Gujarati--Pictorial works--Juvenile literature. | BISAC JUVENILE NONFICTION /
Languages: English--Gujarati
Classification: LCC QA141.3 .M57 2018 | DDC 513—dc23

Publisher: Lumpy Publishing
Website: www.missannabooks.com
Email: missanna@missannabooks.com

Paperback: ISBN 978-1-945977-86-2
Printed in the U.S.A.   1 3 5 7 9 10 8 6 4 2

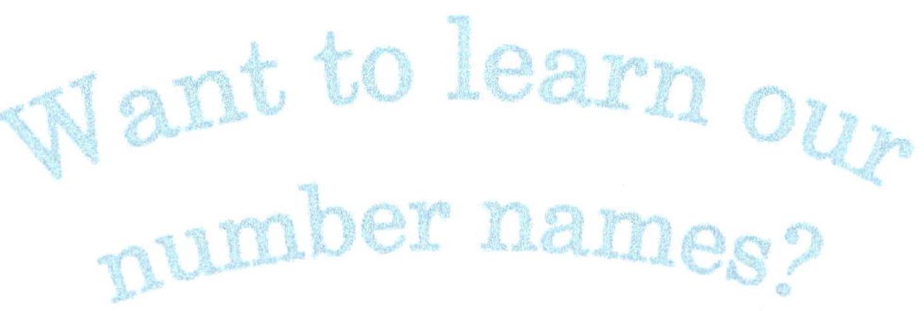

શું તમે સંખ્યાઓના નામો જાણવા માગો છો?

It is very easy and a lot of fun!

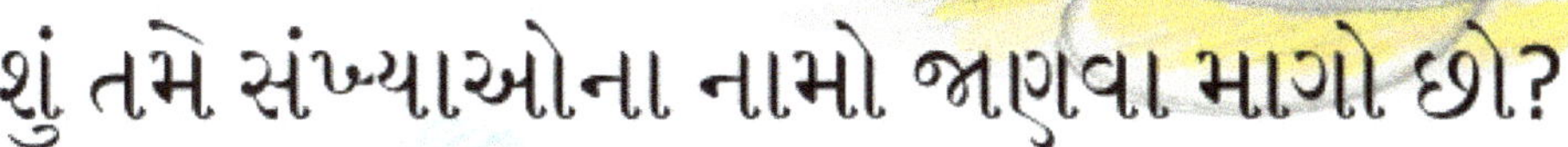

તે ખૂબ જ સરળ અને આનંદમે છે

Say-along our little jingle

અમારી નાની વાર્તા અમારી સાથે ગાઓ!

starting from Number One!

અમે એક સંખ્યાથી શરૂ કરીશું!

1

એક મારી આંગળી જેવું દેખાય છે

ONE!
એક!

2

TWO trails a tail.

૨ ✩ બે

બેના પાછળની બાજુએ પૂંછડી છે

A TAIL! પૂંછડી!

3

THREE   has bumps.

૩ ☆ ત્રણ

ત્રણ ખાડાટેકરાવાળું દેખાય છે

ખાડાટેકરાવાળું!

FOUR carries a sail.

૪ ☆ ચાર

ચાર નાનું નૌકા જેવું દેખાય છે

A SAIL!
નૌકા!

5

FIVE is a racing track.

પ ☆ પાંચ

પાંચ મોટરગાડીના દોડના
પાટા જેવું દેખાય છે

VROOM
વ્રોમ!

6

S I X   curves like a snail.

૬ ☆ છ

છ ગોકળગાય જેવું વાણાંકો છે

A SNAIL! ગોકળગાય!

7

SEVEN has a sharp angle.

૭ ⋆ सात

સાતને તીવ્ર કોણ છે

BE CAREFUL! IT'S SHARP!

સાવચેત રહો! તે તીવ્ર છે!

8

EIGHT is rollercoaster rails.

૮ ★ આઠ

આઠ ચડતી ઉત્તરતી રેલગાડીના
રેલ જેવું દેખાય છે

યિપ્પી!
YIPPEE!

9

NINE   is a bubble on a stick.

૯ નવ

નવ લાકડી પર પરપોટા જેવું દેખાય છે

A BUBBLE! પરપોટો!

10

TEN   is an eye of a whale.

૧૦  દસ

દસ એક વ્હેલની આંખ જેવું છે

WINK!
આંખ મારવી!

HELLO! પ્રણામ!

And
અને
O
ZERO is an empty pail.
O ✦ શૂન્ય
શૂન્ય એક ખાલી ડોલ જેવું છે

IT'S EMPTY!
ખાલી છે!

Thank you for playing with us today.

We had a lot of fun too!

આજે અમારી સાથે રમવા માટે આપનો આભાર.

આપનને ખુબ મજા આવી!

We are your Number friends,
Zero to Ten,
Who will be here for you~

અમે તમારા સંખ્યા મિત્રો છીએ
શૂન્યથી દસ!
અમે હંમેશા તમારા માટે અહીં રહીશું!
મિત્રો

Bye-bye now!
See you again soon!

હાલો હવે આવજો!
ટૂંક સમયમાં ફરી તમને મળીશું!

The Numbers are *SINGING* too!

To sing-a-long, look for Miss Anna Number Story
at your favorite music store like iTUNES.

MP3

Numbers 0-10
IDENTIFYING & COUNTING

Numbers 11-20
& Ordinals
first, second, third…

Numbers 0-100
& Place Values
ones, tens, hundreds…

About Clocks
& Telling Time
hours, minutes, seconds…

Number Story 1 & 2
isbn: 978-0-996216-48-7

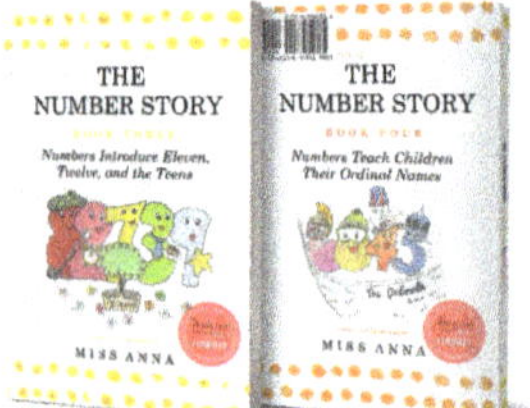

Number Story 3 & 4
isbn: 978-1-945977-01-5

Number Story 5 & 6
isbn: 978-1-945977-06-0

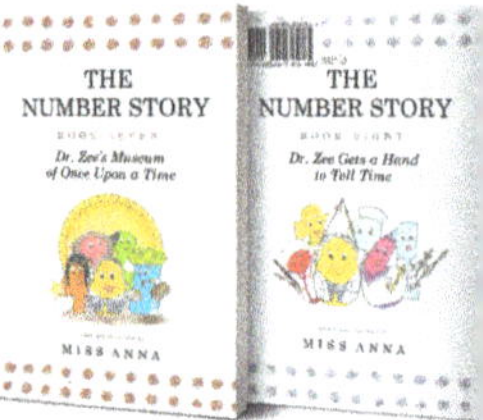

Number Story 7 & 8
isbn: 978-1-949320-40-4

For more Miss Anna books to love,
visit us at

www.missannabooks.com

Numbers are working hard all over the world!
Come Travel the World with Us!

www.ingramcontent.com/pod-product-compliance
Lightning Source LLC
Chambersburg PA
CBHW040901070726
47599CB00035B/2265